Aking 3 Buhay
Pampubliko, Pribado, at Lihim

Marcy Schaaf

Tagalog

My 3 Lives:
Public, Private, and Secret

Marcy Schaaf

Copywrite @ Marcy Schaaf 2024
My 3 Lives: Public, Private, and Secret

We all have different sides of ourselves that we show to the world. Some parts we share with everyone, some only with the people closest to us, and others we keep just for ourselves.

This book will take you on a journey to discover the three lives we all live: our public life, our private life, and our secret life. You'll learn why it's okay to show different sides to different people and why some things are meant to be kept special and private.

By the end of this story, you'll understand that these three lives help make us who we are — and it's the balance of all three that lets us truly embrace our identity.

Let's explore these three lives together!

Lahat tayo ay may iba't ibang panig ng ating sarili na ipinapakita natin sa mundo. Ang ilang bahagi ay ibinabahagi namin sa lahat, ang ilan ay sa mga taong pinakamalapit lamang sa amin, at ang iba ay itinatago namin para lamang sa aming sarili. Dadalhin ka ng aklat na ito sa isang paglalakbay upang matuklasan ang tatlong buhay na ating lahat: ang ating pampublikong buhay, ang ating pribadong buhay, at ang ating lihim na buhay. Malalaman mo kung bakit okay na magpakita ng iba't ibang panig sa iba't ibang tao at kung bakit nilalayong panatilihing espesyal at pribado ang ilang bagay.

Sa pagtatapos ng kuwentong ito, mauunawaan mo na ang tatlong buhay na ito ay nakakatulong na gawin tayo kung sino tayo — at ang balanse ng tatlo ang nagbibigay-daan sa ating tunay na yakapin ang ating pagkakakilanlan.

Sama-sama nating tuklasin ang tatlong buhay na ito!

We all have 3 lives, did you know?
Public, private, and secret
— here we go!

Lahat tayo ay may 3 buhay, alam mo ba? Pampubliko, pribado, at lihim — narito na!

Your public life is what people see. The side you show to society.

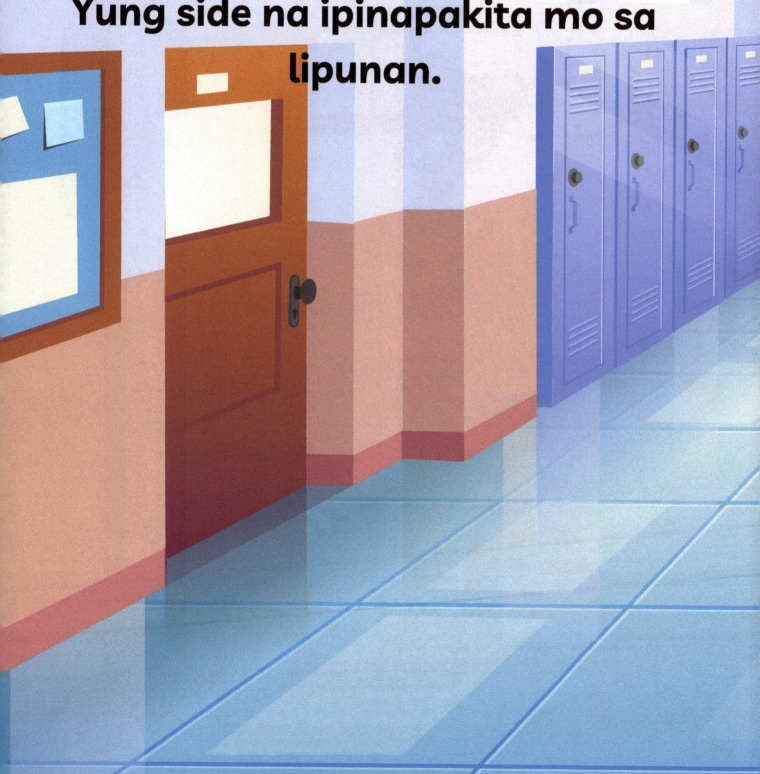

**Ang iyong pampublikong buhay ay kung ano ang nakikita ng mga tao.
Yung side na ipinapakita mo sa lipunan.**

In public, we try to look smart and neat.
We dress in clothes that make us feel complete.

Sa publiko, sinusubukan naming magmukhang matalino at maayos.
Nagbibihis kami ng mga damit na nagpaparamdam sa amin na kumpleto.

But what you wear or say may not be real.
It's how you want the world to feel.

Ngunit ang iyong isinusuot o sinasabi ay maaaring hindi totoo. Ito ang gusto mong maramdaman ng mundo.

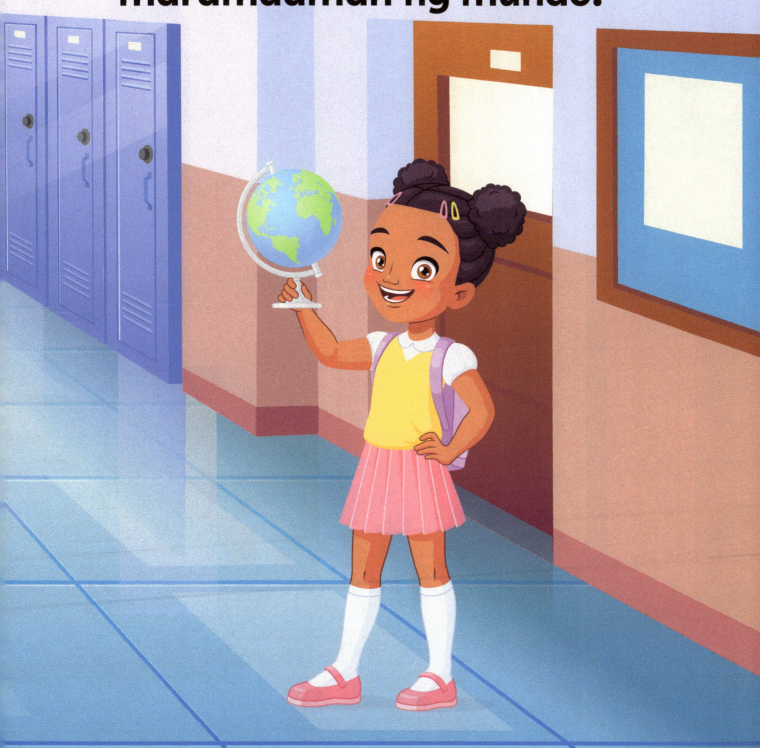

**Your public life is just for show.
It's what you want people to know.**

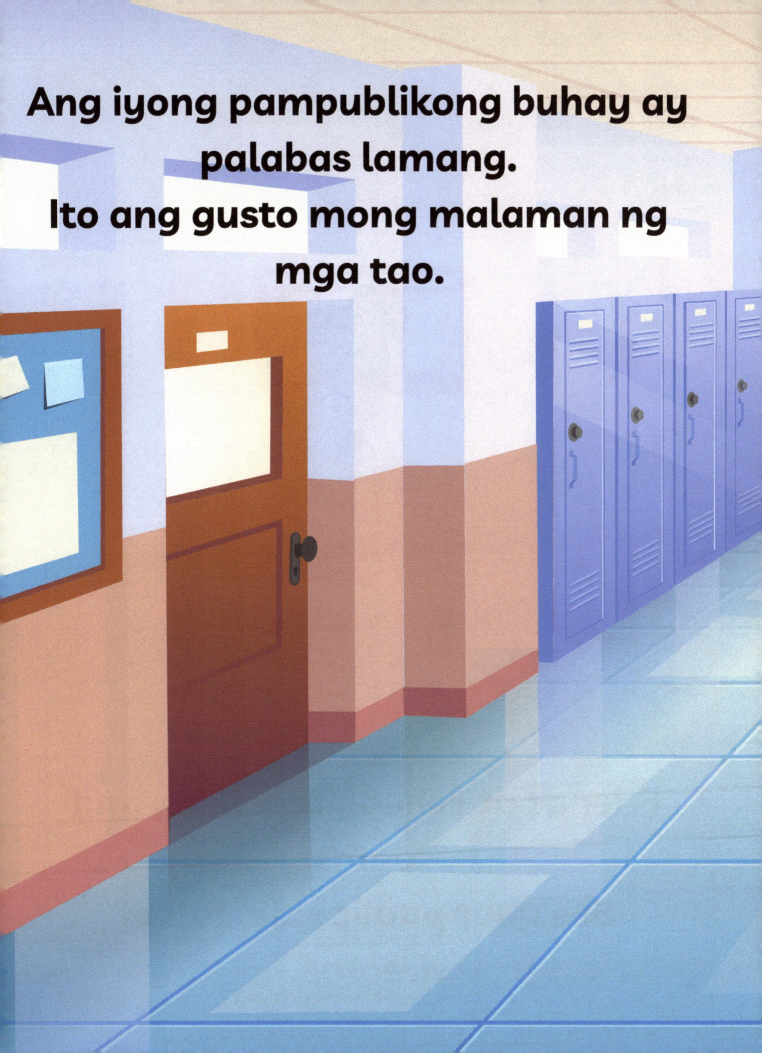

Ang iyong pampublikong buhay ay palabas lamang.
Ito ang gusto mong malaman ng mga tao.

Friends at school, teachers, and teams.
See your public side, full of dreams.

Mga kaibigan sa paaralan, mga guro, at mga koponan. Tingnan ang iyong pampublikong panig, puno ng mga pangarap.

Your private life is at home, out of sight,
With family, where things feel right.

Ang iyong pribadong buhay ay nasa bahay, wala sa paningin, Kasama ang pamilya, kung saan tama ang pakiramdam.

At home, people know the real you.
Like smelly feet or favorite shoes!

Sa bahay, alam ng mga tao ang totoong ikaw.
Parang mabahong paa o paboritong sapatos!

You might keep secrets from public view.
Only family and close friends know what's true.

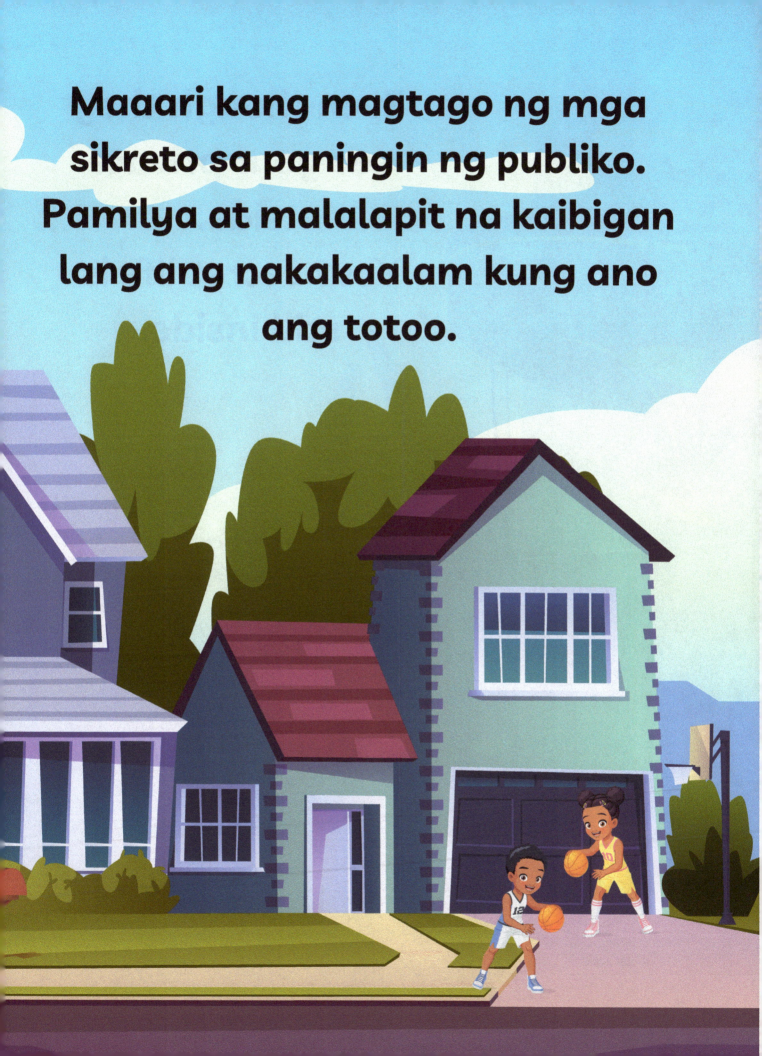

Maaari kang magtago ng mga sikreto sa paningin ng publiko. Pamilya at malalapit na kaibigan lang ang nakakaalam kung ano ang totoo.

Even though they see your private side.
Your secret life is still inside.

Kahit na nakikita nila ang iyong pribadong panig. Ang iyong lihim na buhay ay nasa loob pa rin.

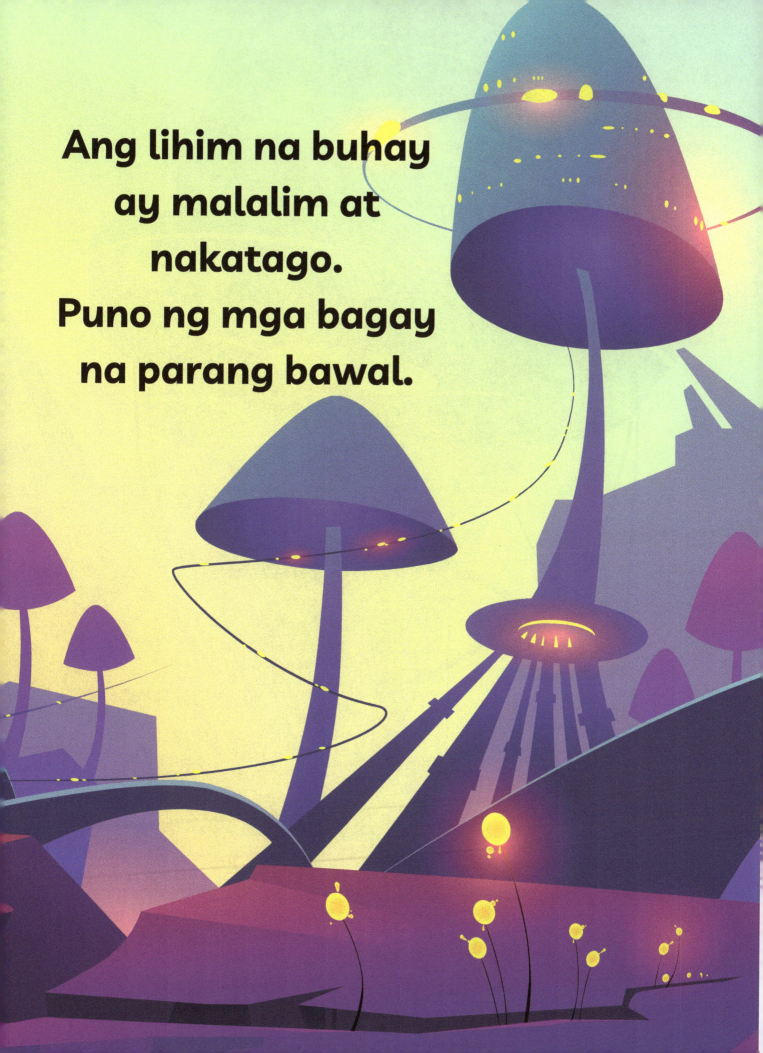

Ang lihim na buhay ay malalim at nakatago. Puno ng mga bagay na parang bawal.

Ang iyong mga lihim na pag-asa at takot ay mananatiling ligtas. Naka-lock sa isang espesyal na lugar.

Some secrets are big, some are small. But everyone has them, after all.

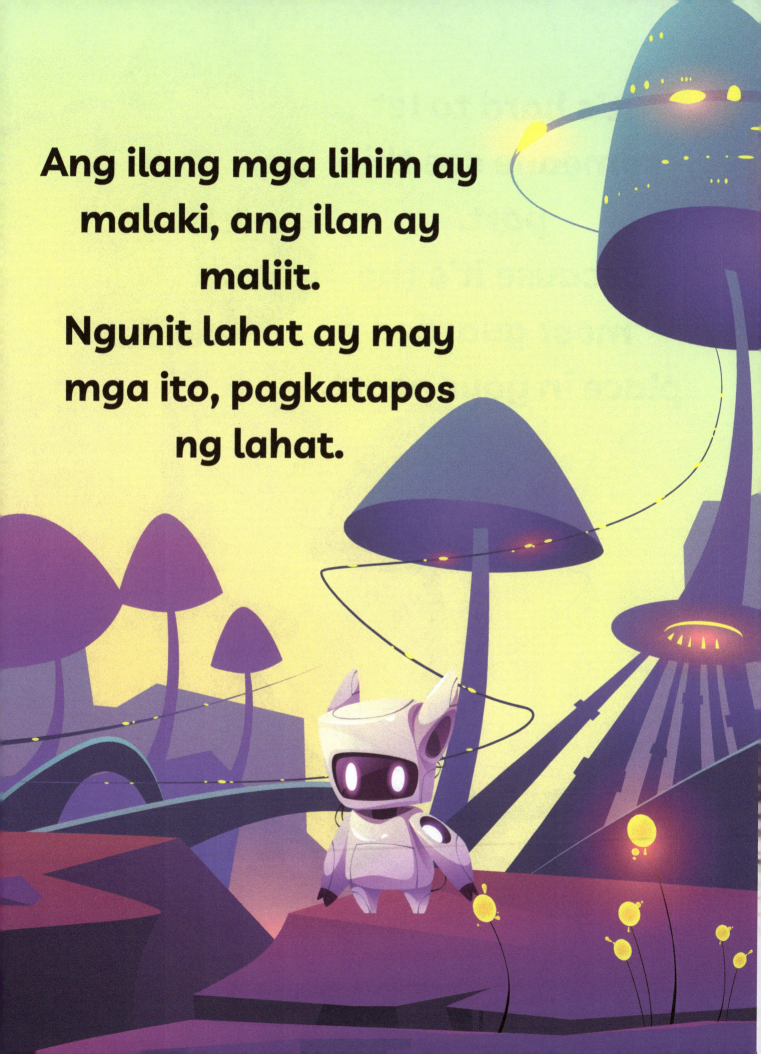

Ang ilang mga lihim ay malaki, ang ilan ay maliit.
Ngunit lahat ay may mga ito, pagkatapos ng lahat.

It's hard to let someone see this part.
Because it's the most guarded place in your heart.

Mahirap hayaan ang isang tao na makita ang bahaging ito. Dahil ito ang pinakabantayang lugar sa iyong puso.

If someone knows your secret life too.
It means you really trust them through and through.

Kung may nakakaalam din ng sikretong buhay mo. Ibig sabihin, pinagkakatiwalaan mo talaga sila.

**When you know someone's 3 lives well.
That's a forever bond, can you tell?**

Kapag alam mong maayos ang buhay ng isang tao. That's a forever bond, masasabi mo ba?

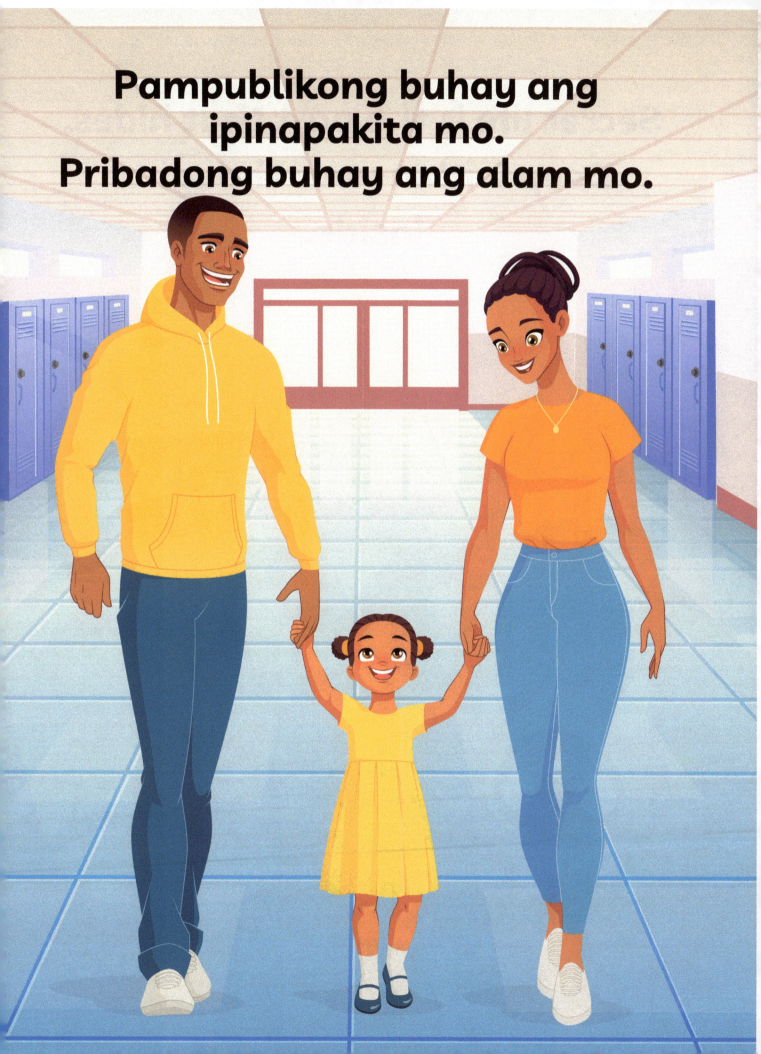

Secret life is the part that hides. Deep within your thoughts inside.

Ang lihim na buhay ay ang bahaging nagtatago. Sa kaibuturan ng iyong mga iniisip sa loob.

Most people stay in the public view.
Few will ever know the real, true you.

Karamihan sa mga tao ay nananatili sa pampublikong view.
Iilan lang ang makakaalam ng totoo, totoo sa iyo.

But when someone's in all 3 parts.
They become a piece of your heart.

Ngunit kapag ang isang tao ay nasa lahat ng 3 bahagi.
Sila ay nagiging isang piraso ng iyong puso.

Remember, when meeting someone new.
You're meeting their public life, it's true.

Tandaan, kapag may nakilalang bago.

Natutugunan mo ang kanilang pampublikong buhay, totoo ito.

**Nobody is who they first appear.
Because their private life stays near.**

Walang sinuman ang unang lumitaw.
Dahil ang kanilang pribadong buhay ay nananatiling malapit.

And their secret life stays hidden away.
Unless they trust you someday.

At ang kanilang lihim na buhay ay nananatiling nakatago. Unless magtitiwala sila sayo balang araw.

So be kind, and take your time.
To know someone's private rhyme.

Kaya maging mabait, at maglaan ng oras.
Upang malaman ang pribadong tula ng isang tao.

The secret life is not easy to share. But knowing it shows you really care.

Ang lihim na buhay ay hindi madaling ibahagi. Ngunit ang pag-alam nito ay nagpapakita na talagang nagmamalasakit ka.

Everyone has 3 lives to show.
Now it's time for you to know!

Ang bawat isa ay may 3 buhay na ipapakita. Ngayon na ang oras para malaman mo!

Public, private, and secret parts.
Make up our minds, souls, and hearts.

Pampubliko, pribado, at mga lihim na bahagi. Buuin ang aming mga isip, kaluluwa, at puso.

It's okay to keep some things unseen.
Not everything is meant to be clean.

Okay lang na panatilihing hindi nakikita ang ilang bagay. Hindi lahat ay nilalayong malinis.

When you share your secret life with care.
It means you trust the love you share.

Kapag ibinahagi mo nang may pag-iingat ang iyong lihim na buhay.
Ibig sabihin nagtitiwala ka sa pagmamahal na ibinabahagi mo.

So, keep your public and
private strong.
But let your secret show
when the time's right,
along.

Kaya, panatilihing malakas ang iyong pampubliko at pribado.
Ngunit hayaan ang iyong lihim na ipakita kapag ang tamang oras, kasama.

When all 3 lives are
open and true.
You'll know who really
cares about you!

Kapag ang lahat ng 3 buhay ay bukas at totoo.
Malalaman mo kung sino ang tunay na nagmamalasakit sa iyo!

**Public, private, secret—it's who we are.
Together, they make us shine like stars!**

Pampubliko, pribado, lihim —kung sino tayo. Sama-sama, pinakinang nila tayong parang mga bituin!

Join Our Book of the Month Club!

Looking for the perfect gift that keeps on giving? Join our Book of the Month Club! For just $25 a month, or $250 if you purchase a year upfront, you or your loved ones will receive a handpicked children's book every month, straight to your doorstep.

Here's how it works:
Choose from 15 different languages to receive bilingual books that make learning fun.
Enjoy monthly shipments of our exclusive books that inspire, teach, and entertain children of all ages.
Each month's book is carefully selected to provide a new adventure, valuable lesson, and a chance to explore cultures from around the world.
It's the perfect gift for birthdays, holidays, or just because! Whether you're nurturing a young reader or encouraging language learning, our Book of the Month Club is designed to bring joy to every bookshelf.

Exclusive Bonus: As part of your membership, you'll also receive a monthly podcast about our featured book delivered straight to your email! Listen in for behind-the-scenes insights, fun facts, and tips for making storytime even more magical.

Sign up today at www.Booksbyschaaf.com and start enjoying the gift of reading all year long!

Sumali sa Aming Book of the Month Club!

Naghahanap ng perpektong regalo na patuloy na nagbibigay? Sumali sa aming Book of the Month Club! Sa halagang $25 lamang sa isang buwan, o $250 kung bibili ka ng isang taon nang maaga, ikaw o ang iyong mga mahal sa buhay ay makakatanggap ng napiling aklat na pambata bawat buwan, diretso sa iyong pintuan.

Narito kung paano ito gumagana:
Pumili mula sa 15 iba't ibang wika upang makatanggap ng mga bilingual na aklat na nagpapasaya sa pag-aaral.
Tangkilikin ang buwanang pagpapadala ng aming mga eksklusibong aklat na nagbibigay-inspirasyon, nagtuturo, at nagbibigay-aliw sa mga bata sa lahat ng edad.
Maingat na pinipili ang aklat ng bawat buwan upang magbigay ng bagong pakikipagsapalaran, mahalagang aral, at pagkakataong tuklasin ang mga kultura mula sa buong mundo.
Ito ang perpektong regalo para sa mga kaarawan, pista opisyal, o dahil lang! Nag-aalaga ka man ng isang batang mambabasa o naghihikayat sa pag-aaral ng wika, ang aming Book of the Month Club ay idinisenyo upang magdala ng kagalakan sa bawat bookshelf.

Eksklusibong Bonus: Bilang bahagi ng iyong membership, makakatanggap ka rin ng buwanang podcast tungkol sa aming itinatampok na aklat na direktang inihatid sa iyong email! Makinig para sa mga behind-the-scenes na insight, nakakatuwang katotohanan, at mga tip para gawing mas kaakit-akit ang oras ng kuwento.

Mag-sign up ngayon sa www.Booksbyschaaf.com at simulang tamasahin ang regalo ng pagbabasa sa buong taon!

Books By Schaaf

www.BookBySchaaf.com

Find us at: